Impressum
Verlag: BABADADA GmbH, Nedderfeld 112 , 22529 Hamburg
Geschäftsführer / Verlagsleitung: Harald Hof
Druck: Books on Demand GmbH, In de Tarpen 42, 22848 Norderstedt

Imprint
Publisher: BABADADA GmbH, Nedderfeld 112 , 22529 Hamburg, Germany
Managing Director / Publishing direction: Harald Hof
Print: Books on Demand GmbH, In de Tarpen 42, 22848 Norderstedt

okul

ilé-ìwé

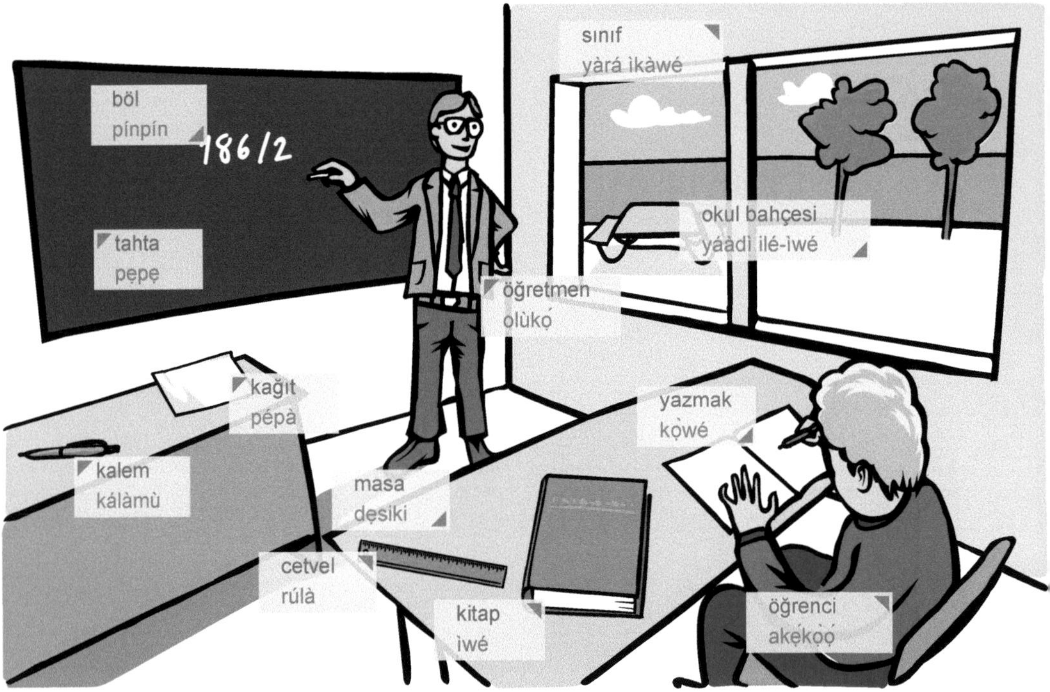
sınıf
yàrá ìkàwé
böl
pínpín
186/2
tahta
pẹpẹ
okul bahçesi
yáàdì ilé-ìwé
öğretmen
olùkọ́
kağıt
pépà
yazmak
kọ̀wé
kalem
kálàmù
masa
dẹsiki
cetvel
rúlà
kitap
ìwé
öğrenci
akẹ́kọ̀ọ́

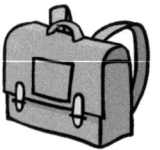

okul çantası

ọ̀rá

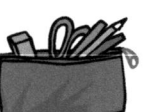

kalemlik

àpò pẹnsuru

kurşun kalem

pẹnsuru

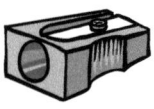

kalem açacağı

olùgbẹ́ pẹnsuru

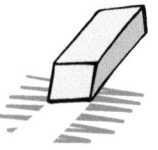

silgi

rọ́bà

çizim defteri

bọ́tìnnì yíyàwòrán

çizim

yíyàròwán

resim fırçası

burọṣi ọdà

boya kutusu

àpótí ọdà

makas

sisọsi

tutkal

gúlù

alıştırma kitabı

ìwé iṣẹ́

ödev

iṣẹ́ àmúrelé

12

sayı

nọ́mbà

2+2

ekle

àfikún

5-2

çıkar

àyọkúrò

2×2

çarp

ìsọdipúpọ̀

hesapla

ṣírò

A

harf

lẹ́tà

**ABCDEFG
HIJKLMN
OPQRSTU
VWXYZ**

alfabe

alábídí

kelime

ọrọ̀ síso

metin

ọ̀rọ̀ kíkọ

okumak

kàwé

tebeşir

ṣọ́ọ̀kì

ders

ìkẹ́kọ̀ọ́

kayıt

forúkọsílẹ̀

sınav

ìdánwo

sertifika

ìwé-ẹrí

okul forması

aṣọ ilé-ìwé

eğitim

ẹ̀kọ́

ansiklopedi

ìwé ìmọ̀

üniversite

yunifasiti

mikroskop

ẹ̀rọ gbohùngbohùn

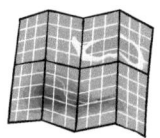

harita

àwòrán àgbáyé

kağıt çöp kutusu

agbọ̀n ìdalẹ̀nù

seyahat
ìrìn àjò

otel
ilé ìtura
Grand
pansiyon
ibùgbé akẹ́kọ̀ọ́
döviz bürosu
ibi ìpàrọ owó
EXCHANGE
bavul
àpótí ọwọ́
otomobil
ọkọ̀ ayọ́kẹ́lẹ́

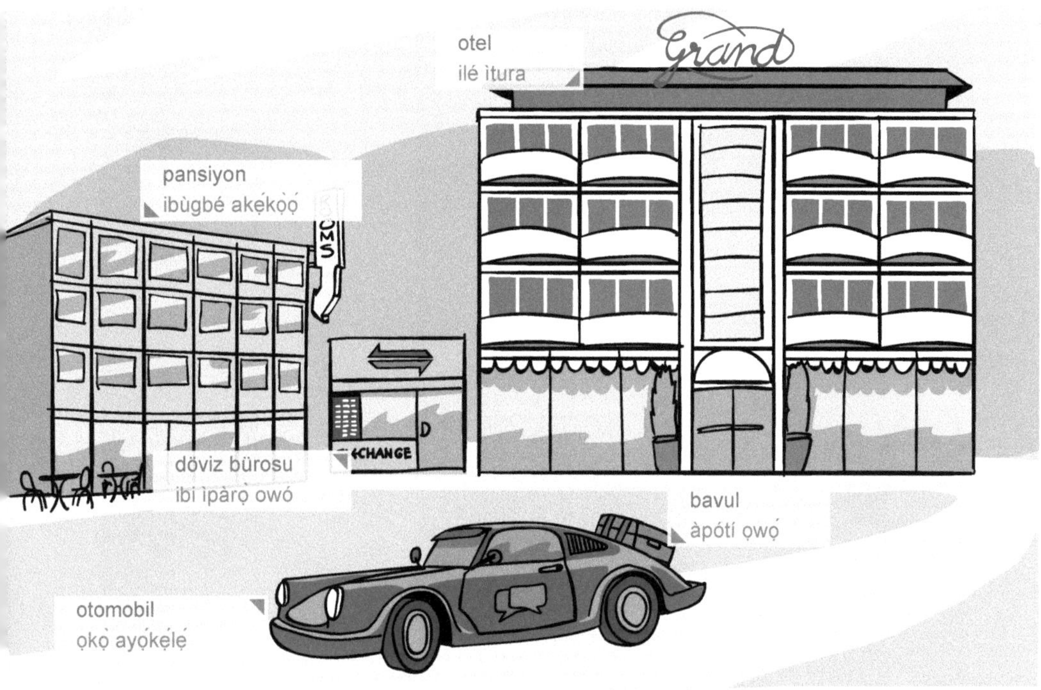

dil

èdè

evet / hayır

bẹ́ẹ̀ni / bẹ́ẹ̀kọ́

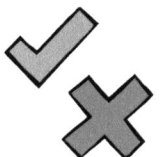

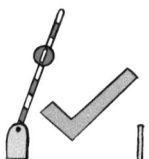

Tamam

Ó dára

merhaba

ẹpẹ̀lẹ́

çevirmen

olùtúmọ̀ èdè

Teşekkür ederim

O ṣeun

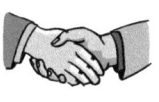

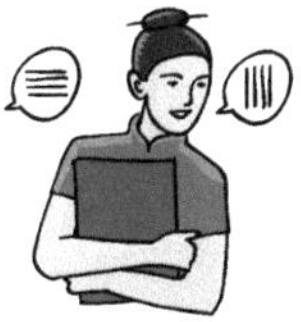

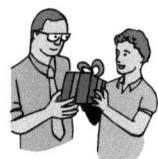

bu ... ne kadar?

èló ni... ?

anlamadım

Kò yé mi

problem

ìṣòro

İyi akşamlar!

Ẹ káalẹ́!

Günaydın!

Ẹ kaarọ!

İyi geceler!

Ẹ káalẹ́!

güle güle

ódìgbà

yön

itọ́ni

bagaj

ẹrù-ẹni

çanta

báàgì

sırt çantası

àpò ẹ̀yìn

misafir

àlejò

oda

yàrá

uyku tulumu

báàgì ibùsùn

çadır

àgọ́

turist danışma

àlàyé arinrin àjò

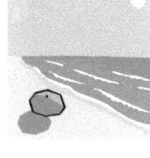

sahil

òkun

kredi kartı

káàdì aròpò owó

kahvaltı

oúnjẹ àárọ̀

öğle yemeği

oúnjẹ ọ̀sán

akşam yemeği

oúnjẹ alẹ́

Bilet

tikẹti

asansör

igbésókè

pul

èdidí

sınır

àlà

gümrük

àwọn àṣà

elçilik

ibi ìwé ìrìnà

vize

fisa

pasaport

ìwé ìrìnà

ulaşım

ọkọ̀

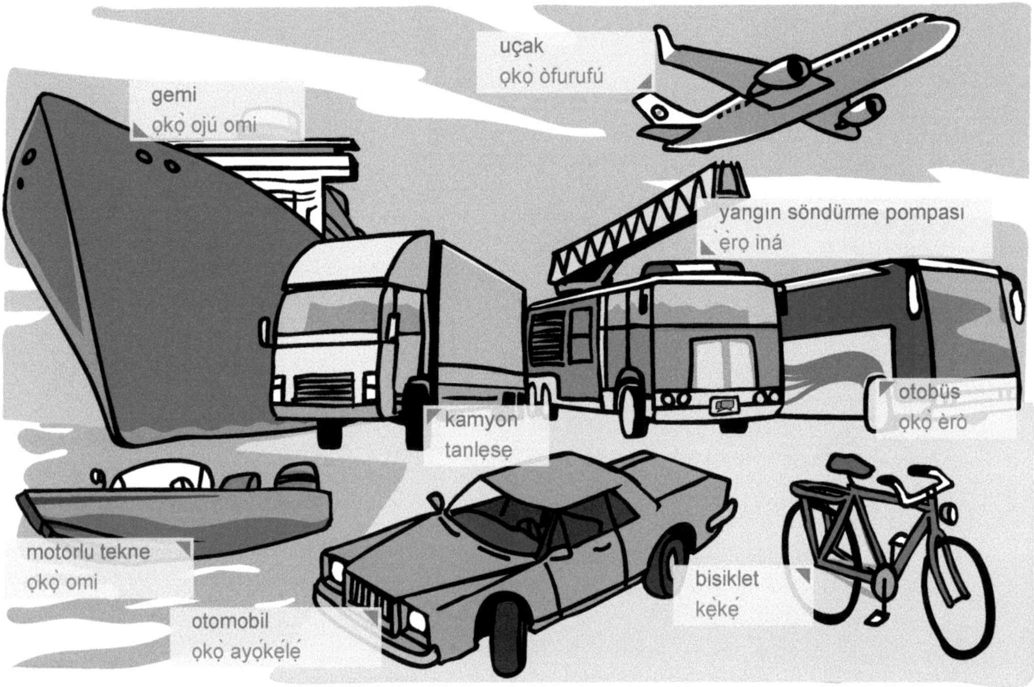

uçak
ọkọ̀ òfurufú
gemi
ọkọ̀ ojú omi
yangın söndürme pompası
ẹ̀rọ iná
otobüs
ọkọ̀ èrò
kamyon
tanlẹsẹ
motorlu tekne
ọkọ̀ omi
bisiklet
kẹ̀kẹ́
otomobil
ọkọ̀ ayọ́kẹ́lẹ́

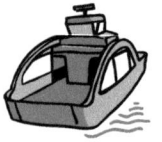

feribot

ọpán

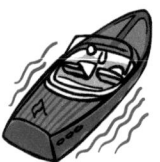

bot

ọpọ́n ojú omi

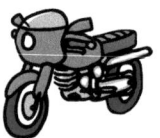

motosiklet

atapùpù

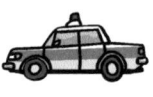

polis arabası

ọkọ̀ ọlọ́pàá

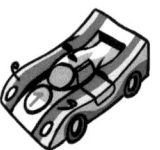

yarış arabası

ọkọ̀ ìsáré

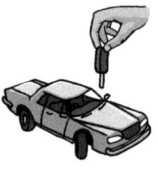

kiralık araba

ọkọ̀ yíyá

ortak araba

àpínlò ọkọ̀

çekici

ìgbòkọ̀

çöp kamyonu

ọkọ̀ dída ilẹ̀ nù

motor

manto

yakıt

epo

benzinlik

ilé epo

trafik işareti

àmì iwakọ̀

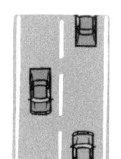

trafik

iwakọ̀

trafik sıkışıklığı

súnkẹrẹ

otopark

ibi ìgbọ́kọ̀sí

tren istasyonu

ibùdókọ̀ ojú irin

ray

àwọn ọpópó

tren

ọkọ̀ ojú irin

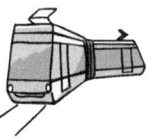

tramvay

ọkọ̀ ori ilẹ̀

vagon

ẹrù

helikopter
ẹlikọputa

havaalanı
ibùdókọ̀ òfurufú

kule
òpó

yolcu
èrò

konteyner
ibi ìpamọ́

koli
katun

yük arabası
apẹrẹ

sepet
agbọ̀n

kalkış / iniş
gbéra / balẹ̀

şehir
ìlú

köy
abúlé

şehir merkezi
àárín ìlú

ev
ilé

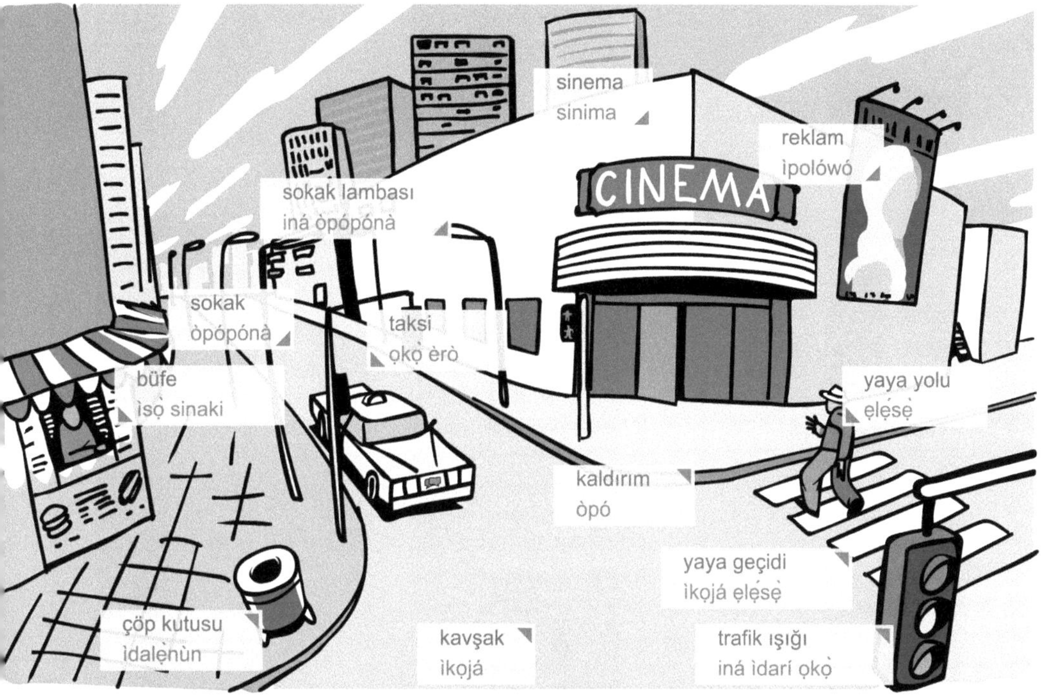

sinema
sinima

reklam
ìpolówó

sokak lambası
iná òpópónà

sokak
òpópónà

taksi
ọkọ̀ èrò

büfe
ìsọ́ sinaki

CINEMA

yaya yolu
ẹlẹsẹ̀

kaldırım
òpó

yaya geçidi
ìkọjá ẹlẹsẹ̀

çöp kutusu
ìdalẹ̀nùn

kavşak
ìkọjá

trafik ışığı
iná ìdarí ọkọ̀

kulübe

abà

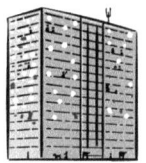

apartman dairesi

filati

tren istasyonu

ibùdókọ̀ ojú irin

belediye binası

ojúde

müze

musiọmu

okul

ilé-ìwé

üniversite

yunifasiti

banka

ilé ìfowópamọ́

hastane

ilé ìwòsàn

otel

ilé ìtura

eczane

olùta òogùn

ofis

ọfisi

kitapçı

ìsọ̀ ìwé

mağaza

ìsọ̀

çiçekçi

òdòdó

süpermarket

ibi ìtajà

market

ọjà

büyük mağaza

ibi ẹ̀ka ìsẹ́

balık satıcısı

ibi ẹja

alışveriş merkezi

ibi ìrajà

liman

bèbè omi

park

ibi igbafẹ

bank

àga

köprü

afárá

merdiven

àgàsọ

metro

abẹ́ ilẹ̀

tünel

ihò ilẹ̀

otobüs durağı

ibùdókọ̀

bar

ilé ọtí

restoran

ilé oúnjẹ

posta kutusu

àpótí ifiwéránṣẹ́

sokak tabelası

àmì ọ̀pópónà

otopark sayacı

mita ìgbọ́kọsí

hayvanat bahçesi

ibi ẹranko

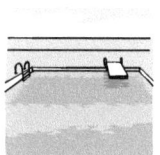

yüzme havuzu

ibi ìwẹ̀

cami

mọ́ṣáláṣí

çiftlik
oko

kirlilik
ìdọ̀tí

mezarlık
ibi ìsìnkú

kilise
ilé ìjọsìn

oyun alanı
ibi ìṣeré

tapınak
tẹmpili

arazi
ẹlẹ́bùú

yaprak
ewé

yön tabelası
ajúwe

yol
ọ̀nà

çayır
ilẹ̀ koríko

taş
òkúta

ağaç
igi

yürüyüşçü
olùrin

ırmak
odò

çimen
kóriko

çiçek
òdòdó

vadi

kòtò

tepe

òkè

göl

adágún omi

orman

aginjù

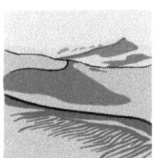

çöl

aṣálẹ̀

volkan

ilẹ̀ ríru

kale

ibùgbé

gökkuşağı

òṣùmàrè

mantar

esun

palmiye

ọpẹ

sivrisinek

ẹ̀fọn

sinek

eṣinṣin

karınca

kòkòrò

arı

oyin

örümcek

alantakun

böcek

làbọnlàbọn

kurbağa

ọpọlọ́

sincap

ọkẹ́rẹ́ ńlá

kirpi

sẹ́sẹ́

yabani tavşan

ọkẹ́rẹ́

baykuş

òwìwí

kuş

ẹyẹ

kuğu

pẹ́pẹyẹ ńlá

yaban domuzu

ẹlẹ́dẹ́ igbó

geyik

àgbọ̀nrín

geyik

àgbọ̀nrín ńlá

baraj

adágún

rüzgar türbini

ọ̀pá afẹ́fẹ́

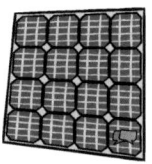

güneş paneli

panẹ́ẹ̀lì òrùn

iklim

ojú-ọjọ́

16   arazi - ẹlẹ́bùú

garson
agbóunjẹ

menü
àkọsílẹ́ oúnjẹ

sandalye
àga

çorba
ọbẹ̀

pizza
pisa

çatal - bıçak
ọbẹ

masa örtüsü
aṣọ tábìlì

başlangıç

ipanu

ana yemek

oúnjẹ gangan

tatlı

ipanu léyin oúnjẹ

içecekler

ohun mímu

yemek

oúnjẹ

şişe

ìgò

fastfood

oúnję kíá

sokak yemeği

oúnję òpópónà

çaydanlık

abọ tii

şekerlik

abọ ṣúgà

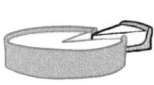

porsiyon

ìpín

espresso makinesi

`èrọ ẹsipirẹso

mama sandalyesi

àga gíga

fatura

ináwó oṣoṣù

tepsi

tire

bıçak

ọbẹ

çatal

fọ̀ọkì

kaşık

ṣíbí

çay kaşığı

ṣíbí tii

servis peçetesi

pépà ìnuwọ́

bardak

gilasi

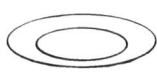

tabak

abọ́

çorba kasesi

abọ́ ọbẹ̀

fincan altlığı

pelebẹ

sos

ọbẹ̀

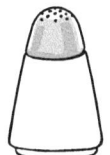

tuzluk

kòkò iyọ̀

karabiber değirmeni

ilọta

sirke

fẹniga

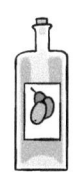

yağ

òróró

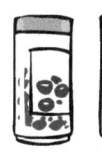

baharat

ẹ̀ròjà

ketçap

kẹsọpu

hardal

mọsitadi

mayonez

mayonesi

x

süpermarket

ibi ìtajà

özel teklif
`ẹdínwó
FOR
müşteri
oníbààrà
süt ürünleri
wàrà
meyve
èso
alışveriş arabası
ọmọlanke

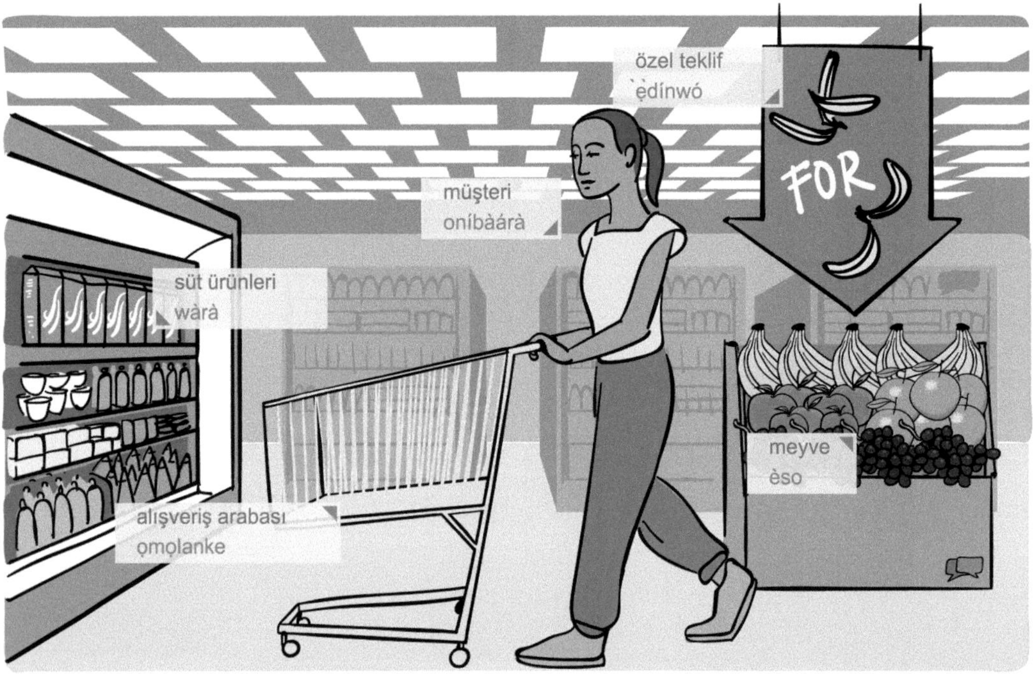

BUTCHERS

kasap

alápatà

BAKERY

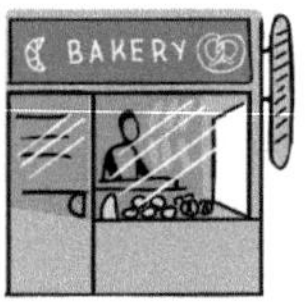

fırın

beka

tartmak

wọn

sebze

ewébẹ̀

et

ẹran

donmuş gıda

oúnjẹ dídì

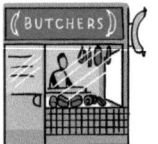

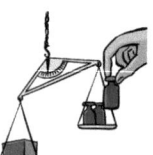

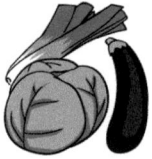

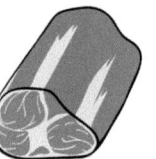

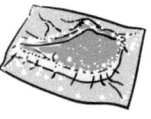

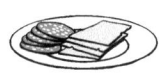

söğüş et
eran tútù

konserve yiyecek
oúnjẹ agolo

toz deterjan
ọsẹ ifọsọ

şekerlemeler
àdíndùn

ev temizlik ürünleri
àgbéjáde ẹbí

temizlik ürünleri
ohun itójú

satış görevlisi
olùtajà

yazar kasa
tili

kasiyer
akawó

alışveriş listesi
àkójọ ìrajà

açılış saatleri
wákàtí ìbẹ̀rẹ̀

cüzdan
ìpamọ́

kredi kartı
káàdì arọ́pò owó

çanta
báàgì

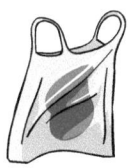

plastik poşet
báàgì ọ̀rá

su

omi

meyve suyu

omi èso

süt

wàrá

kola

koki

şarap

waini

bira

bia

alkol

ọtí líle

kakao

kòkó

çay

tii

kahve

kọfí

espresso

ẹsipirẹso

kapuçino

kapusino

muz

ọgẹdẹ

elma

apu

portakal

ọsàn

kavun

ẹgúsí

limon

òronbò

havuç

karọti

sarımsak

galiki

bambu

ọparun

soğan

àlùbọ̀sà

mantar

esun

çerez

ẹ̀pà

makarna

nodu

spagetti
sipajęti

pirinç
ìręsì

salata
saladi

cips
ìpanu

patates kızartması
ànàmǫ́ díndín

pizza
pisa

hamburger
bǫ́gà

sandviç
sanwişi

şinitzel
ęran sísun

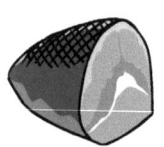

pastırma
ęsę ęlędę

salam
salami

sosis
sǫseji

tavuk
ęran ędiyę

rosto
sun

balık
ęja

yulaf ezmesi

oti pǫreji

müsli

musęli

mısır gevreği

confulakisi

un

iyęfun

kruvasan

kirosanti

küçük ekmek

rolu búrędi

ekmek

burędi

tost

dín

bisküvi

bisikiti

tereyağı

bǫtà

kaymak

kǫdu

kek

keki

yumurta

ęyin

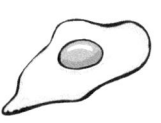

sahanda yumurta

ęyin díndín

peynir

şişi

dondurma

aisi kirimu

şeker

şúgà

bal

oyin

reçel

jamu

fındık ezmesi

àfira şokoleti

köri

kọri

çiftlik
oko

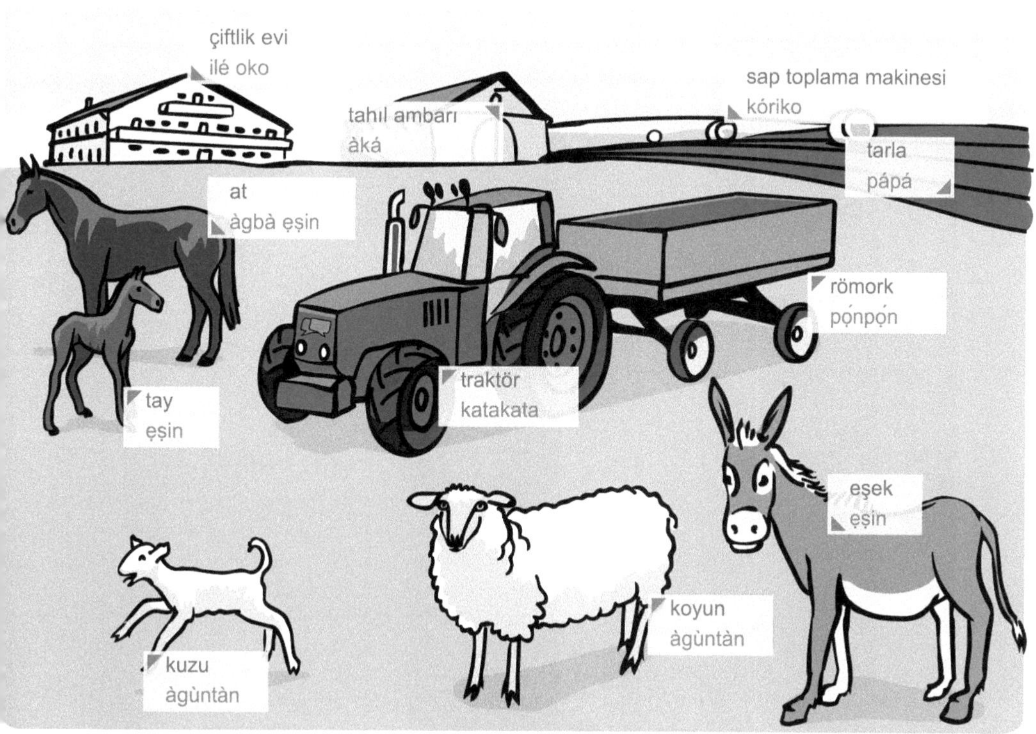
çiftlik evi
ilé oko
tahıl ambarı
àká
sap toplama makinesi
kóriko
tarla
pápá
at
àgbà ẹṣin
römork
pọ́npọ́n
traktör
katakata
tay
ẹṣin
eşek
ẹṣin
koyun
àgùntàn
kuzu
àgùntàn

keçi

ewúrẹ́

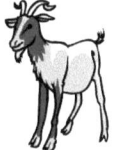

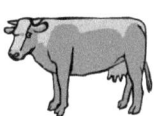

inek

máàlù

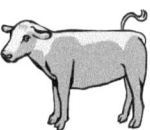

buzağı

ọdọ́ àgùntàn

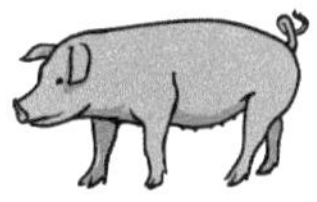

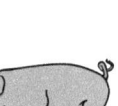

domuz

ẹlẹ́dẹ̀

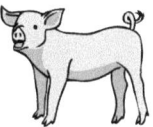

domuz yavrusu

ọmọ ẹlẹ́dẹ̀

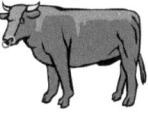

boğa

àgbò

kaz
ọmọ pẹ́pẹ́yẹ

ördek
pẹ́pẹ́yẹ

civciv
ọmọ adìyẹ

tavuk
adìyẹ

horoz
àkùkọ

sıçan
èkúté

kedi
olóngbò

fare
eku

öküz
kẹ́tẹ́kẹ́tẹ́

köpek
ajá

köpek kulübesi
ilé ajá

bahçe hortumu
ọ̀pá ọgbà

sulama kabı
abọ́ omi

tırpan
scythe

pulluk
ọkọ̀ irúgbìn

orak

abẹ oko

çapa

ọkọ́

dirgen

irinṣẹ́ kóriko

balta

àáké

el arabası

wilibaro

yemlik

àgbá

süt kovası

abọ wàrà

çuval

àpò

çit

ògiri

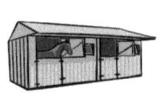

ahır

pẹpẹ oko

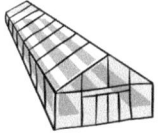

sera

ibi ìdáko

toprak

ilẹ̀

tohum

irúgbìn

gübre

ajílẹ̀

biçerdöver

àkópọ̀ olùkórè

hasat etmek
ìkórè

harman
ìkórè

tatlı patates
işu

buğday
bàbà

soya
soya

patates
ànàmọ́

mısır
àgbàdo

kolza
irúgbìn rapu

meyve ağacı
igi èso

manyok
ẹgẹ́

hububat
jéró

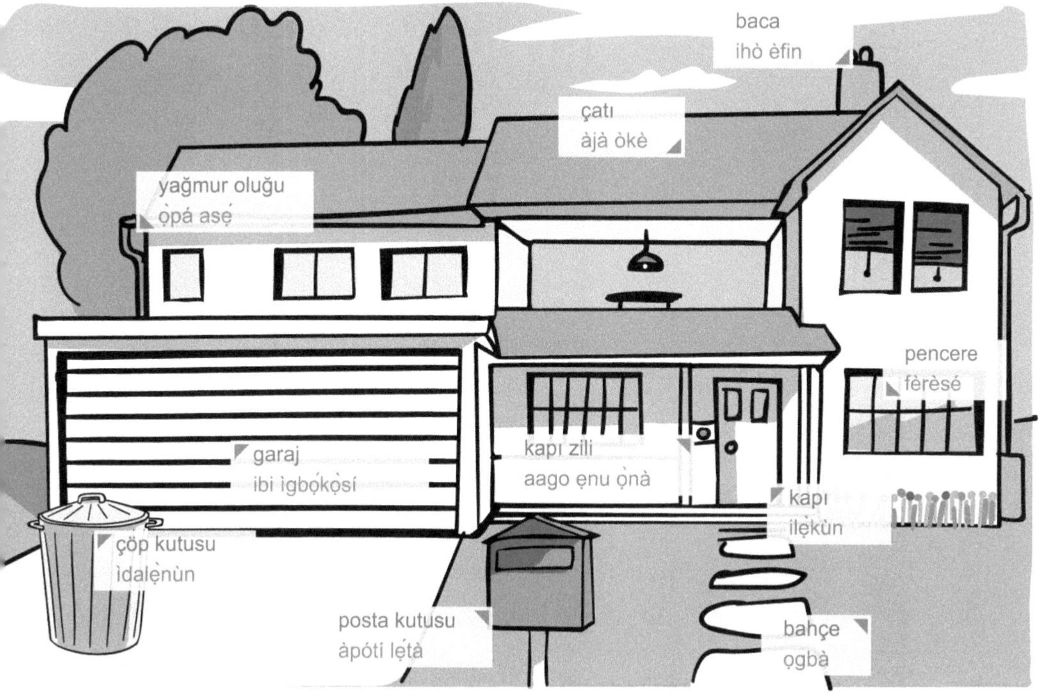

baca
ihò èfin

çatı
àjà òkè

yağmur oluğu
ọpá asẹ́

pencere
fèrèsé

garaj
ibi ìgbọ́kọsí

kapı zili
aago ẹnu ọ̀nà

kapı
ilẹ̀kùn

çöp kutusu
ìdalẹ̀nùn

posta kutusu
àpótí lẹ́tà

bahçe
ọgbà

oturma odası

yàrá igbé

banyo

ilé ìwẹ̀

mutfak

ilé ìdáná

yatak odası

yàrá ibùsùn

çocuk odası

yàrá ọmọdé

yemek odası

yàrá ìjẹun

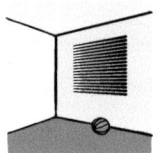

zemin
ilẹ̀

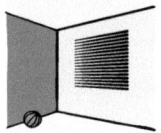

duvar
ògiri ilé

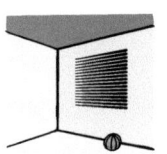

tavan
àjà

kiler
sẹla

sauna
sauna

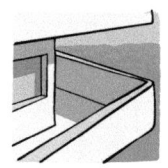

balkon
ọ̀dẹ̀dẹ̀

teras
ọ̀nà

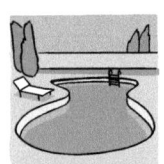

havuz
ibi ìwẹ̀

çim biçme makinesi
ẹ̀rọ ìgéko

çarşaf
ojú-ewé

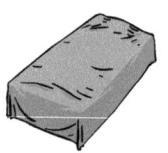

yatak örtüsü
aṣọ orí ibùsùn

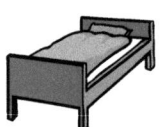

yatak
ibùsùn

süpürge
ọwọ̀

kova
garawa

anahtar
yípo

oturma odası
yàrá ìgbé

duvar kağıdı
pépà ògiri
resim
àwòrán
lamba
iná
raf
ṣẹ́fu
dolap
kọbọdu
televizyon
àmóhùnmáwòrán
şömine
ibi ìdáná
çiçek
òdòdó
minder
tìmùtìmù
kanepe
sọfa
vazo
fasi
uzaktan kumanda
ìdarí takété

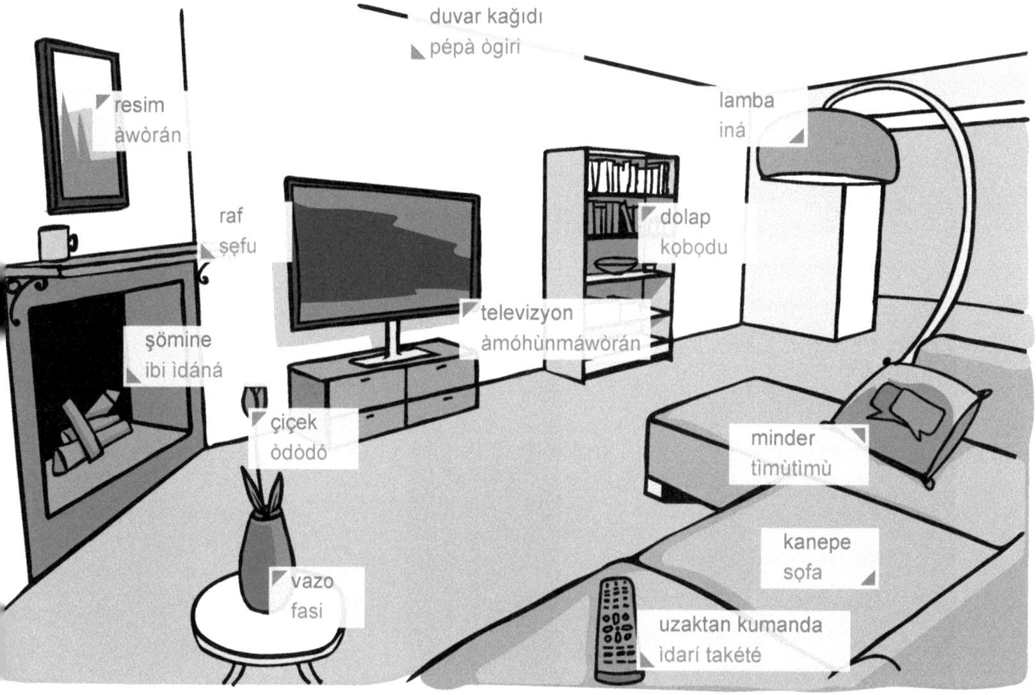

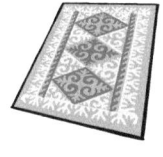

halı

kapẹti

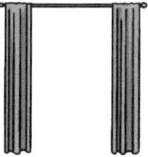

perde

kọtini

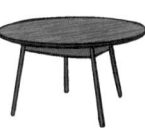

masa

tábìlì

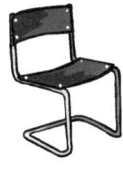

sandalye

àga

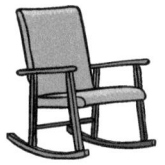

salıncaklı koltuk

àga amìtìtì

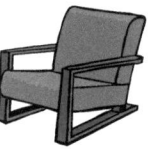

koltuk

àga ọlọ́wọ́

kitap	battaniye	dekor
ìwé	aṣọ ìbora	ọ̀ṣọ́

odun	film	hi-fi
igi ìdáná	fíìmù	irinṣẹ́ hi-fi

anahtar	gazete	tablo
kọ́kọ́rọ́	ìwé ìròyìn	kíkunlé

poster	radyo	defter
àlẹ̀mọ́	redio	ìkọ̀wé

elektrikli süpürge	kaktüs	mum
ufa	kakitọsi	àbẹ́là

mutfak
ilé ìdáná

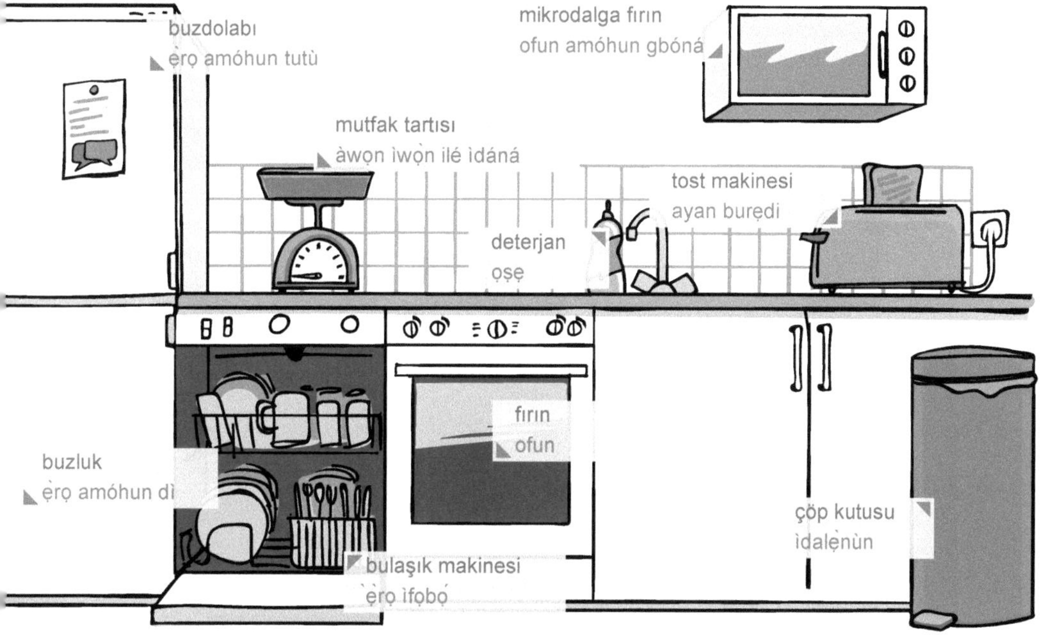
buzdolabı
ẹrọ amóhun tutù
mikrodalga fırın
ofun amóhun gbóná
mutfak tartısı
àwọn ìwọn ilé ìdáná
tost makinesi
ayan burẹdi
deterjan
ọṣẹ
fırın
ofun
buzluk
ẹrọ amóhun dì
çöp kutusu
ìdalẹ̀nùn
bulaşık makinesi
ẹrọ ìfọbọ́

ocak

ìdáná

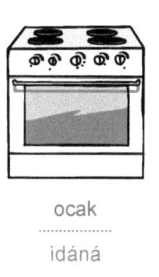

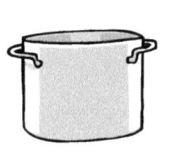

tencere

ìṣasun

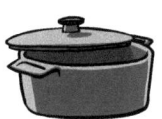

döküm tencere

ìṣasun irin

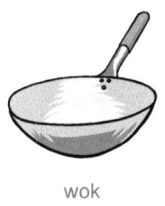

wok

wok / kadai

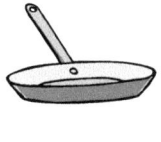

tava

panu

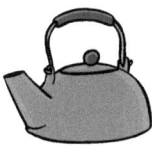

su ısıtıcı

kẹturu

buharlı pişirici

amoru

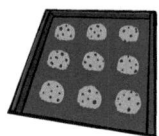

pişirme tepsisi

pẹpẹ ìdáná

tabak takımı

dídáná

kupa

ife gilasi

kase

àdému

çubuk (çin yemeği)

igi ìjẹun

kepçe

ladu

spatula

şíbí kòtò

çırpma teli

wisiki

süzgeç

sitirena

elek

asẹ́

rende

gireta

havan

odó

barbekü

àsun

açık ateş

ibi ìdáná

kesme tahtası

pẹpẹ gigẹ́

merdane

igi ilọ̀

tirbüşon

kọkisukuru

konserve kutusu

agolo

konserve açacağı

olùṣí agolo

fırın eldiveni

àdìmú iṣasun

evye

kòtò

fırça

burọṣi

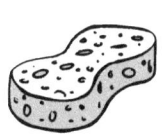

sünger

kaninkanin

blender

ẹ̀rọ ilọta

derin dondurucu

ẹ̀rọ amóhun dì oníkòtò

biberon

ohun ìjẹun ọmọdé

musluk

ẹnu ẹ̀rọ omi

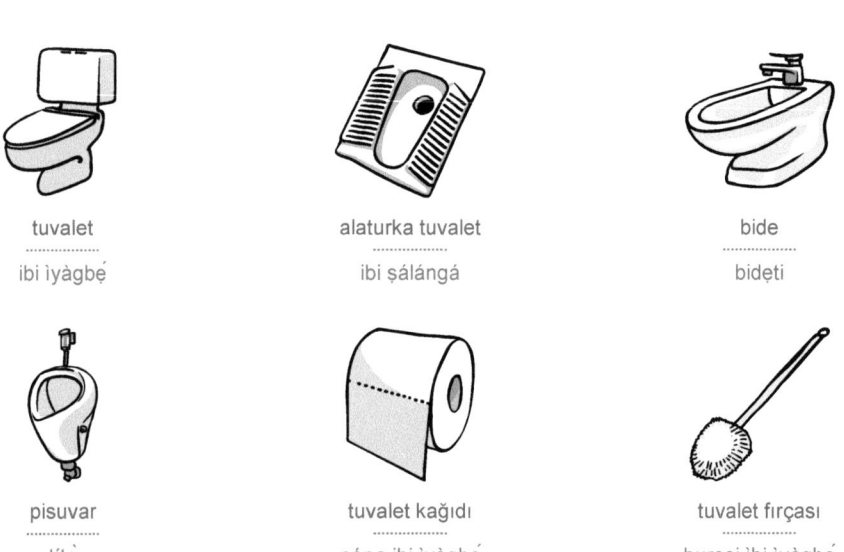

banyo

ilé ìwẹ̀

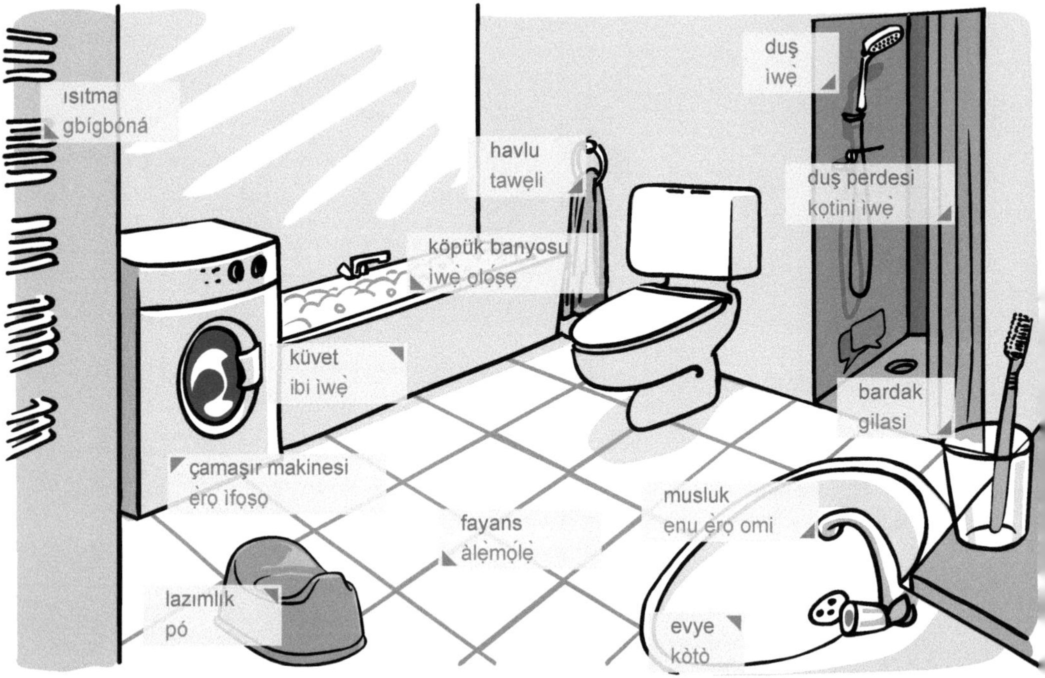
ısıtma
gbígbóná
havlu
tawẹli
duş
ìwẹ̀
duş perdesi
kọtini ìwẹ̀
köpük banyosu
ìwẹ̀ olọ́ṣẹ
küvet
ibi ìwẹ̀
bardak
gilasi
çamaşır makinesi
ẹ̀rọ ìfọṣọ
musluk
ẹnu ẹ̀rọ omi
fayans
àlẹ̀mọ́lẹ̀
lazımlık
pó
evye
kòtò

tuvalet

ibi ìyàgbẹ́

alaturka tuvalet

ibi ṣálángá

bide

bidẹti

pisuvar

títọ̀

tuvalet kağıdı

pépa ibi ìyàgbẹ́

tuvalet fırçası

burọṣi ibi ìyàgbẹ́

diş fırçası

igi ifọnu

diş macunu

ọṣẹ ifọnu

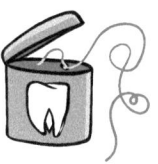

diş ipi

filọsi eyin

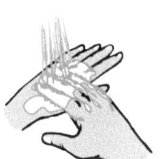

yıkamak

fọṣọ

duş başlığı

iwẹ ọlọwọ

duş başlığı şeklinde taharet musluğu

dọṣi

küvet

basin

banyo fırçası

burọṣi ẹyin

sabun

ọṣẹ

duş jeli

gẹli iwẹ

şampuan

ọṣẹ irun

banyo lifi

filanẹni

gider

sẹ

krem

ipara

deodorant

olóòrùn dídùn

ayna

dingi

el aynası

díngi ọwọ́

jilet

abẹ

tıraş köpüğü

fomu ifárungbọn

tıraş losyonu

lẹ́yìn ìfarungbọn

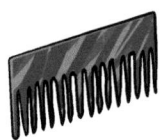

tarak

iyarun

fırça

burọ̀ṣì

saç kurutma makinesi

agbẹrun

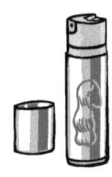

saç spreyi

iparun

makyaj

ìmúra

ruj

ìtọ̀tẹ̀

tırnak cilası

fanìṣi èkaná

pamuk

òwú

tırnak makası

sisọsi èkaná

parfüm

pafumu

makyaj çantası

báàgi ìwẹ

tabure

àga

tartı

ìwọ̀n

bornoz

okùn ìwẹ̀

lastik eldiven

ibọwọ́ rọbà

tampon

tampun

kadın pedi

ìnuwọ́

kimyevi tuvalet

ṣálángá kẹmika

çocuk odası

yàrá ọmọdé

çalar saat
aago ìtaniji
peluş oyuncak
ìṣeré
oyuncak araba
ọkọ̀ ìṣeré
çıngırak
ratu
bebek evi
ilé bèbí
hediye
`ẹ̀bùn

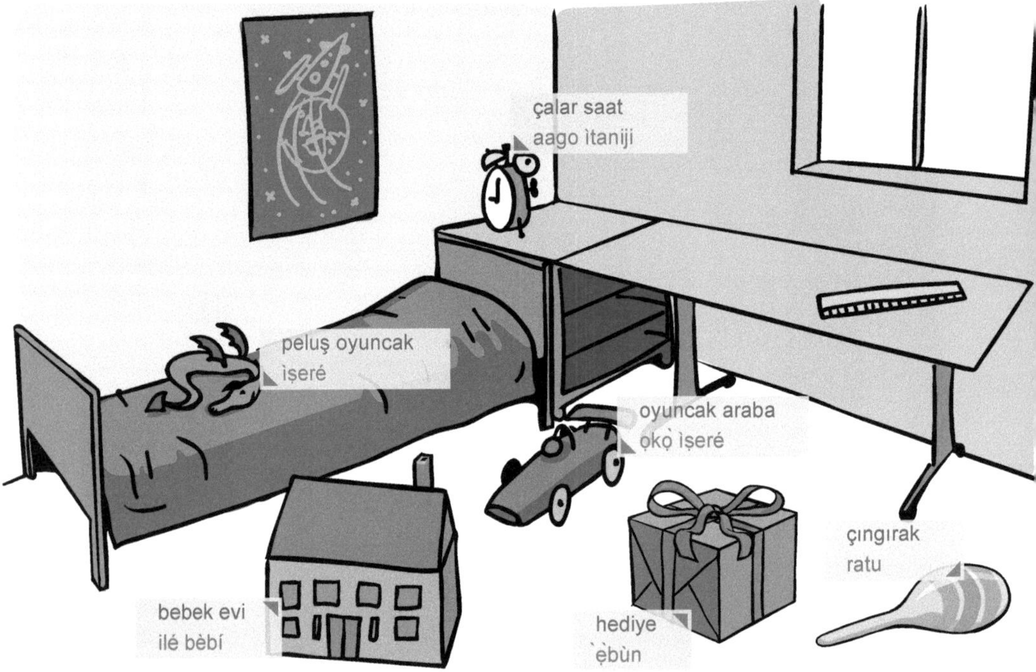

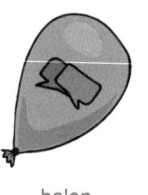

balon

fèrè

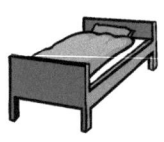

yatak

ibùsùn

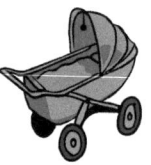

bebek arabası

ìgbọ́mọ

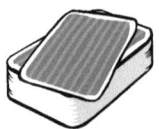

kart destesi

àpapọ̀ káàdì

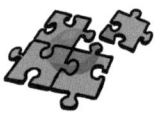

yapboz

ayùn

çizgi roman

àwàdà

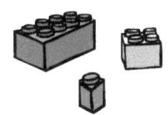

lego tuğlaları

àwọn biriki

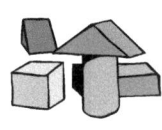

lego blokları

ohun işeré

aksiyon figürü

figọ ìşe

zıbın

idàgbàsókè

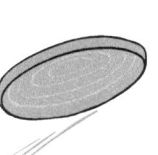

frizbi

firisibi

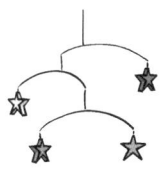

dönence

alágbèëká

masa oyunu

eré pẹpẹ

zar

daisi

model tren seti

àkópọ̀ ikọni àwòse

emzik

dọmi

parti

ayeyẹ

resimli kitap

ìwé àwòrán

top

bọọ̀lù

oyuncak bebek

bèbí

oynamak

şeré

kum havuzu
kòtò yẹpẹ̀

salıncak
jangilofa

oyuncaklar
àwọn işeré

video oyun konsolu
kọ́nsolu işeré fídíò

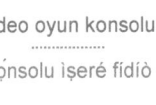

üç tekerlekli bisiklet
ẹlẹ́sẹ̀ mẹta

oyuncak ayı
bèbí ọmọdé

gardırop
ibi ìkaşọsi

kıyafet

aşọ

çorap
sọkisi

külotlu çorap
sitọkin

tayt
şòkòtò

eşarp
sikafu

şemsiye
agbòjò

tişört
t-sẹti

kemer
ìgbànú

bot
bàtà

terlik
salubata

spor ayakkabı
àwọn olùkọ́ni

sandalet	ayakkabı	lastik çizme
salubata	bàtà	bàtà ȯjò

külot	sütyen	yelek
pátá	kọmú	fẹsiti

kıyafet - aşọ   45

dar bluz
ara

pantolon
şòkòtò

kot pantolon
kakí

etek
sikęti

bluz
bulausi

gömlek
şęti

kazak
dúró

süveter
ìbòrí

blazer
aşọ òkè

ceket
aşọ otútù

mont
kotu

yağmurluk
aşọ òjò

kostüm
imúra

elbise
wọsọ

gelinlik
aşọ igbéyàwó

takım elbise
sutu

gecelik
aşọ àwọsùn

pijama
pijama

sari
sari

baş örtüsü
gèlè

türban
tọbanu

burka
bọka

kaftan
kafitani

çarşaf
abaya

mayo
aşọ iwẹdò

erkek mayosu
aşọ àwọsókè

şort
penpe

eşofman
kotu

önlük
aşọ idáná

eldiven
ibọwọ

düğme

bọtìnnì

gözlük

awò

bilezik

ẹgbà ọwọ́

kolye

ẹgbà ọrùn

yüzük

òrùka

küpe

gbígbọ́

kep

fìlà

portmanto

ìkọ́ kotu

şapka

àkẹtẹ̀

kravat

tai

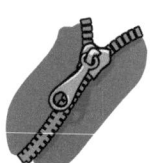

fermuar

sipu

kask

koto

pantolon askısı

biresi

okul forması

aṣọ ilé-ìwé

üniforma

yunifọmu

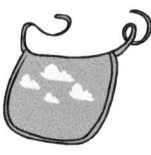

mama önlüğü

bibu

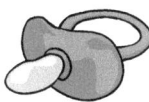

emzik

dọmi

bebek bezi

ìlédìí

ofis

ọfisi

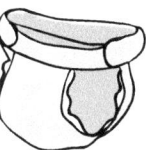

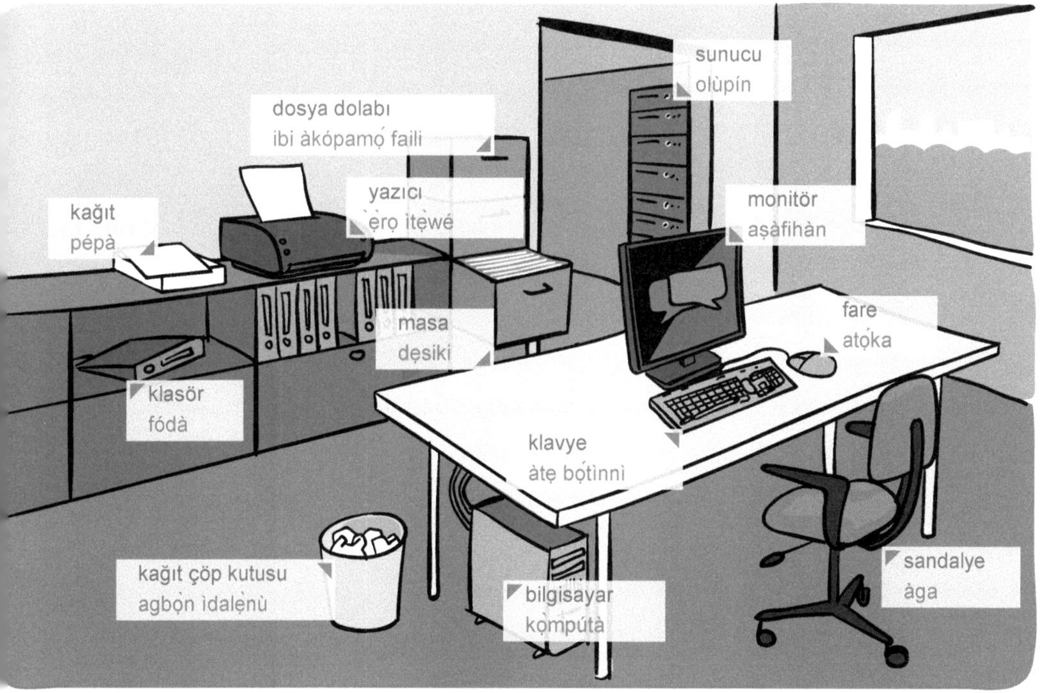

sunucu
olùpín
dosya dolabı
ibi àkópamọ́ faili
yazıcı
ẹ̀rọ itẹ̀wé
kağıt
pépà
monitör
aṣàfihàn
fare
atọ́ka
masa
dẹsiki
klasör
fódà
klavye
àtẹ bọ́tìnnì
kağıt çöp kutusu
agbọ̀n ìdalẹ̀nù
bilgisayar
kọ̀mpútà
sandalye
àga

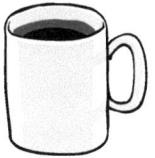

kahve fincanı

ife kọfí

hesap makinesi

ẹ̀rọ ìṣirò

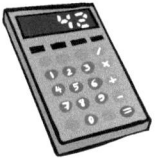

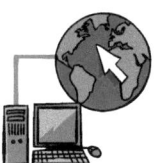

internet

ayélujára

dizüstü

kọ̀mpútà àgbélétan

mektup

lẹ́tà

mesaj

ìfìránṣẹ́

cep telefonu

alágbèéká

ağ

nẹ́tíwọ̀kì

fotokopi makinesi

ẹ̀rọ ẹdà

yazılım

sọftwia

telefon

ẹ̀rọ ìbánisọ̀rọ̀

priz

ihò iná

faks makinesi

ẹ̀rọ fakisi

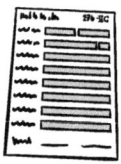

form

fọ́ọ̀mù

belge

ìwé àkọsílẹ̀

satın almak

rà

ödemek

sanwó

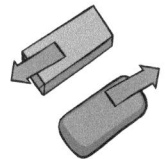

ticaret yapmak

sòwò

para

owó

dolar

dọla

avro

yuro

yen

yẹni

ruble

rọbu

İsviçre frangı

Siwisi frans

Çin yuanı

renminbi yuan

rupi

rupi

kasa

ibi owó

döviz bürosu

ibi ìpàrọ̀ owó

altın

wúrà

gümüş

fàdákà

petrol

epo

enerji

agbára

fiyat

iye

kontrat

àdéhùn

vergi

owó orí

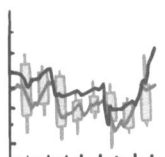

menkul değer

ìpín ọjà

çalışmak

ṣiṣẹ́

işveren

òṣìṣẹ́

işçi

agbani síṣẹ́

fabrika

ilé iṣẹ́

mağaza

ìsọ̀

meslekler
àwọn iṣẹ́ ààyò

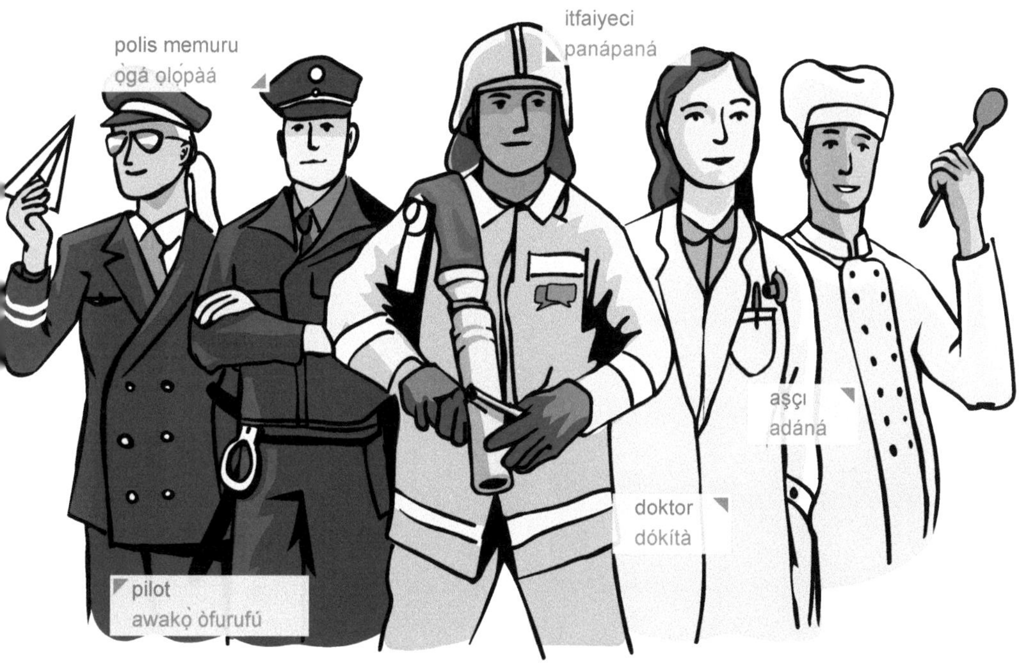

itfaiyeci
panápaná
polis memuru
ọ̀gá ọlọ́pàá
aşçı
adáná
doktor
dókítà
pilot
awakọ̀ òfurufú

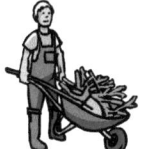

bahçıvan

ọlọ́gbà

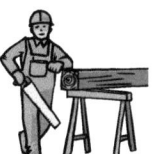

marangoz

gbẹ́nàgbẹ́nà

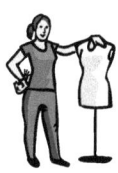

terzi

aránṣọ

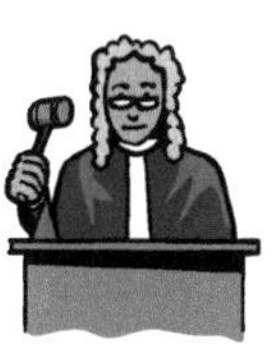

hakim

adájọ́

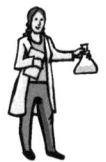

kimyager

olóògùn

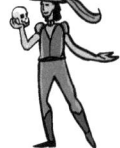

aktör

òṣèré

otobüs şoförü

awakọ̀ èrò

taksi şoförü

awakọ̀ èrò

balıkçı

apeja

temizlikçi

omidan agbálẹ̀

çatı ustası

kanlékanlé

garson

agbóunjẹ

avcı

ọdẹ

boyacı

akunlé

fırıncı

olùṣe ìyẹ̀fun

elektrikçi

aṣàtúnṣe iná

inşaatçı

akọ́lé

mühendis

amojú ẹ̀rọ

kasap

alápatà

muslukçu

pulọmba

postacı

afiwé ránṣẹ́

asker

jagunjagun

mimar

ayàwòrán ilé

kasiyer

akawó

çiçekçi

olódòdó

kuaför

aşerun lóge

kondüktör

adari èrò

tamirci

aşàtúnşe okò

kaptan

adari

dişçi

olùtójù eyin

bilim insanı

onímò ijìnlẹ

haham

olùkọni

imam

imamu

keşiş

mọnki

rahip

òjíşẹ́ Olọ́run

aletler
àwọn irinṣẹ́

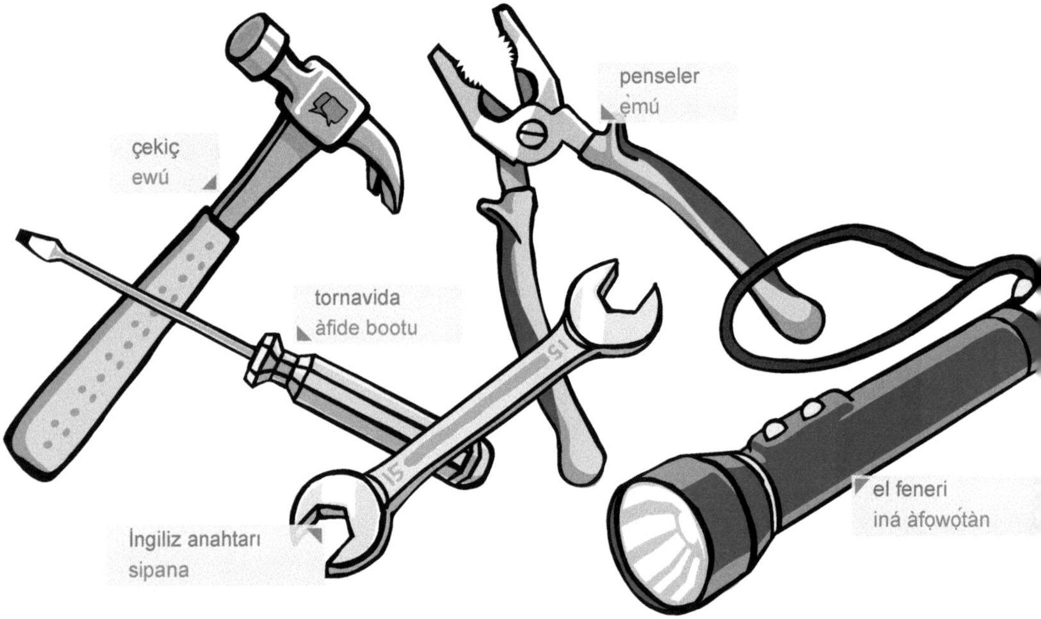

penseler
ẹmú
çekiç
ewú
tornavida
àfide bootu
el feneri
iná àfọwọ́tàn
İngiliz anahtarı
sipana

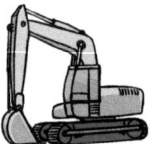

kazı makinesi
jiga

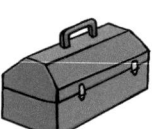

alet çantası
àpótí irinṣẹ́

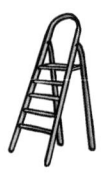

merdiven
àgàsọ̀

testere
ayùn

çiviler
èṣó

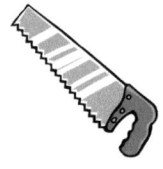

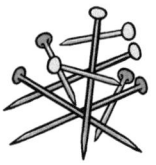

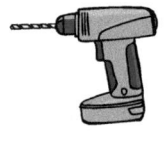

matkap
ìlu

tamir etmek

túnṣe

kürek

sọbìri

Kahretsin!

Adágún!

faraş

igbá ìdọtí

boya tenekesi

kòkò ọdà

vidalar

bootu

müzik enstrümanı
àwọn irinṣẹ́ orin

hoparlör
gbohùngbohùn

bateri seti
àkópọ̀ ìlù

gitar
jita

kontrbas
baasi oníméjì

trompet
fèrè

piyano

dùrù

keman

faolin

basgitar

baasi

timpani

timpani

bateri

àwọn ìlù

klavye

kiibọdu

saksafon

sasofonu

flüt

fèrè ìpè

mikrofon

`ẹ̀rọ gbohùngbohùn

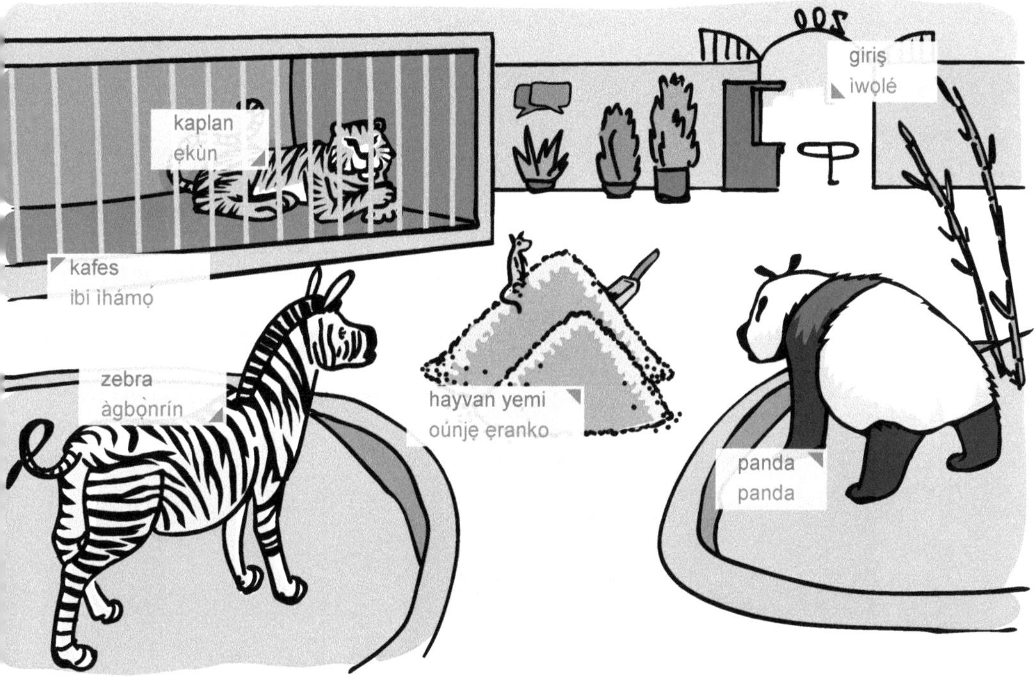

giriş
iwọlé

kaplan
ẹkùn

kafes
ibi ìhámọ

zebra
àgbọ̀nrín

hayvan yemi
oúnjẹ ẹranko

panda
panda

hayvanlar

àwọn ẹranko

fil

erin

kanguru

kangaruu

gergedan

raino

goril

ọbọ lagido

ayı

biari

deve

kẹtẹkẹtẹ́

deve kuşu

ẹyẹ agùnlọrùn

aslan

kìniún

maymun

ọbọ

flamingo

yọjayọja

papağan

ayékòótọ́

kutup ayısı

biari omi

penguen

pinguin

köpek balığı

şaki

tavus kuşu

ọ̀kín

yılan

ejò

timsah

ọnì

hayvanat bahçesi görevlisi

olùtọ̀jú ibi ẹranko

fok

sili

jaguar

jagua

hayvanat bahçesi - ibi ẹranko

midilli atı

poni

leopar

ẹkùn

su aygırı

ẹran omi

zürafa

jirafi

kartal

àṣá

yaban domuzu

ẹlẹdẹ igbó

balık

ẹja

kaplumbağa

ijàpá

mors

wọrọsi

tilki

kọlọkọlọ

ceylan

gaseli

amerikan futbolu
Bọ́ọ̀lù àfẹsẹ̀gbá Amẹrika

bisiklete binme
kẹ̀kẹ́

tenis
tẹnisi

basketbol
bọ́ọ̀lù agbọ̀n

yüzme
ìwẹ̀ odò

buz hokeyi
ọki yinyín

boks
ẹlẹsẹ̀ẹ́

futbol	badminton	atletizm
bọ́ọ̀lù àfẹsẹ̀gbá	badmintin	àwọn tí ń sáré
hentbol	kayak	polo
bọ́ọ̀lù ọlọ́wọ́	eré orí yìnyín	polo

etkinlikler
àwọn iṣẹ́

gülmek
rẹ́rìín
atlamak
fò
sarılmak
dìmọ́
yürümek
rìn
söylemek
kọrin
hayal etmek
àlá
dua etmek
gbàdúrà
öpmek
fẹnukò

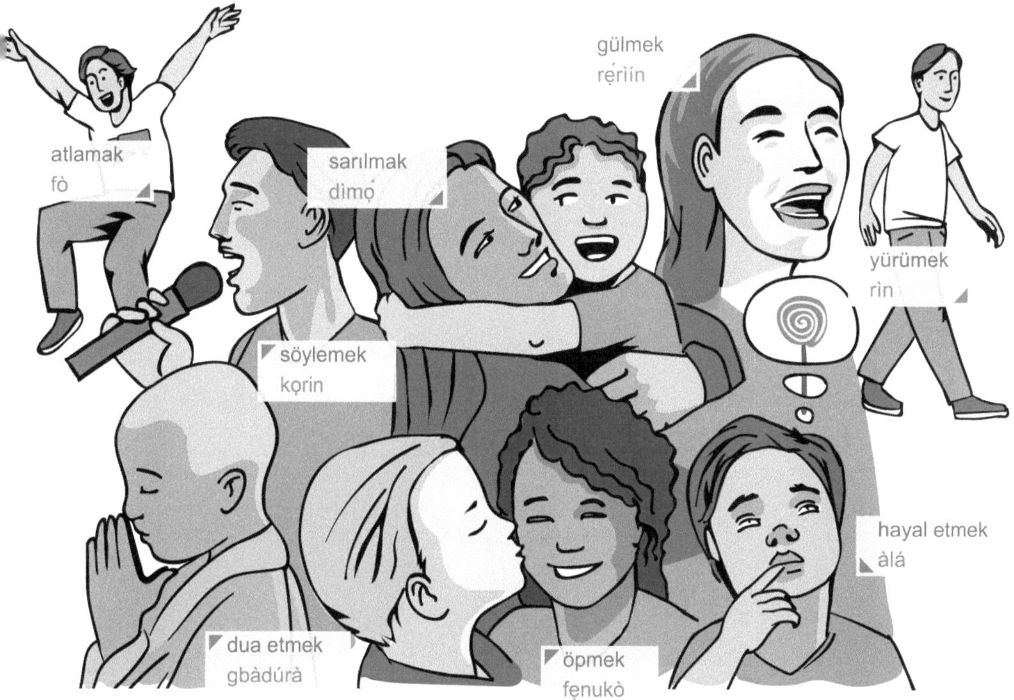

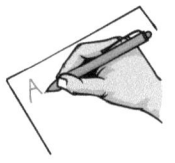

yazmak

kọ̀wé

çizmek

yàwòrán

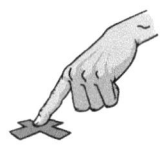

göstermek

fihàn

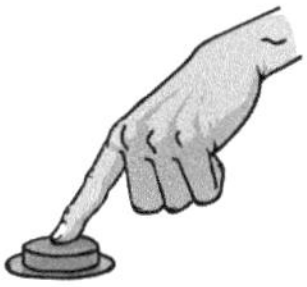

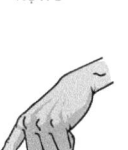

itmek

tì

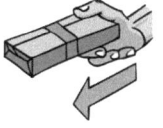

vermek

funni

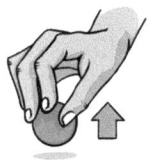

almak

mú

sahip olmak

ní

yapmak

şe

olmak

jẹ́

ayakta durmak

dúró

koşmak

sáré

çekmek

fà

atmak

jù

düşmek

şubú

yalan söylemek

parọ́

beklemek

dúró

taşımak

gbé

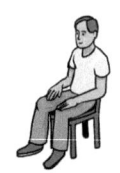

oturmak

jókòó

giyinmek

múra

uyumak

sùn

uyanmak

jí

bakmak
wo

ağlamak
kígbe

vurmak
ọpá

taramak
ìlarun

konuşmak
sọrọ

anlamak
lóye

sormak
bèrè

dinlemek
tẹtí

içmek
omi

yemek
jẹun

düzenlemek
palèmọ́

sevmek
ìfẹ́

pişirmek
dáná

sürmek
wakọ̀

uçmak
fò

denize açılmak
igbín

hesapla
şírò

okumak
kàwé

öğrenmek
kọ

çalışmak
şişẹ

evlenmek
gbéyàwó

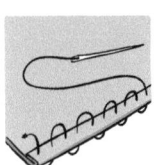

dikmek
ránşọ

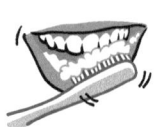

diş fırçalamak
fọ eyín

öldürmek
pa

sigara içmek
mu sìgá

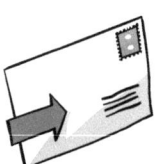

yollamak
firánşẹ

büyükanne
ìyá ńlá

büyükbaba
bàbá ńlá

baba
bàbá

anne
ìyá

bebek
ọmọdé

kız
ọmọbinrin

oğul
ọmọkùnrin

misafir

àlejò

teyze

àbúrò ìyá

amca

àbúrò bàbá

erkek kardeş

arákùnrin

kız kardeş

arábìnrin

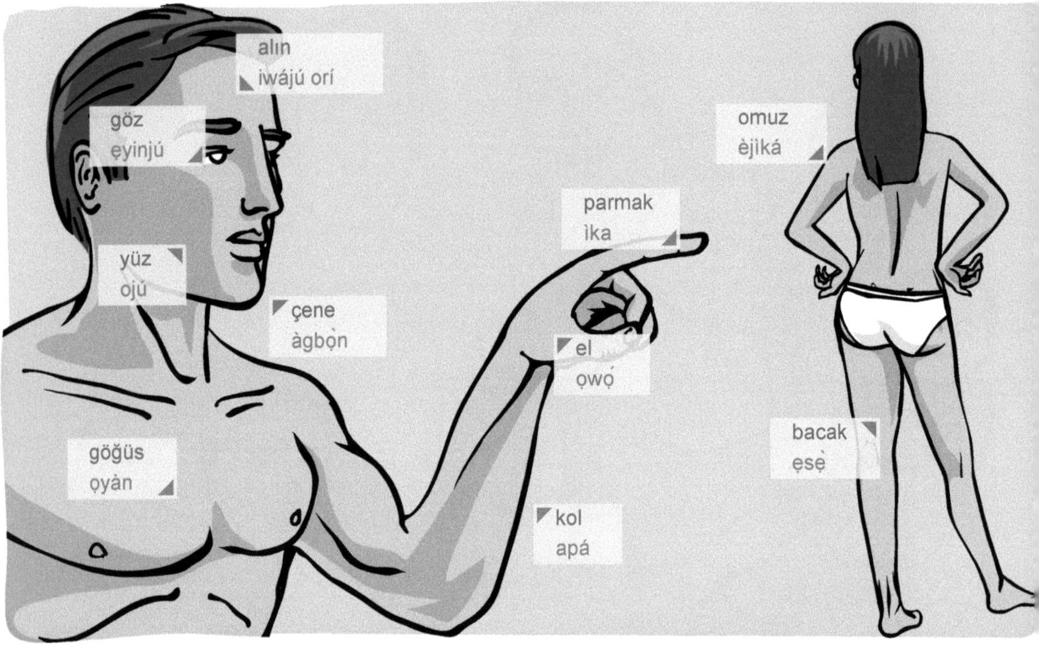

alın
iwájú orí

göz
ẹyinjú

omuz
èjìká

parmak
ìka

yüz
ojú

çene
àgbọ̀n

el
ọwọ́

göğüs
ọyàn

bacak
ẹsẹ̀

kol
apá

bebek

ọmọdé

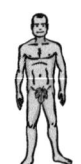

adam

ọkùnrin àgbà

kadın

obìnrin àgbà

kız

obìnrin

erkek çocuk

ọkùnrin

baş

orí

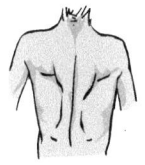

sırt

ẹ̀yin

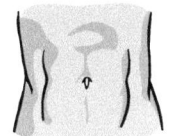

karın

inú

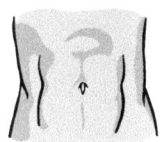

göbek

idodo

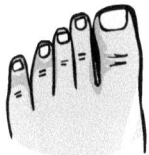

ayak parmağı

ika ẹsẹ̀

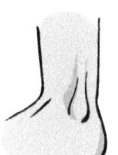

topuk

ẹ̀yin ẹsẹ̀

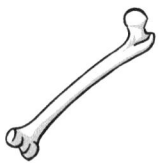

kemik

egungun

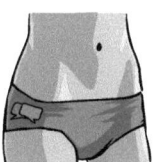

kalça

ìbàdí

diz

orúnkún

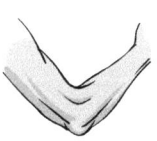

dirsek

igúpá

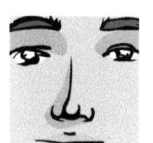

burun

imú

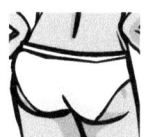

kalça

ìdí

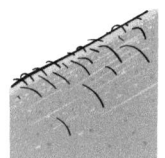

deri

awọ

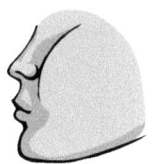

yanak

ẹ̀rẹ̀kẹ́

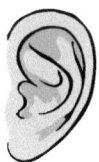

kulak

etí

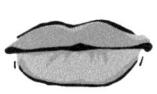

dudak

ètè

ağız
....
ẹnu

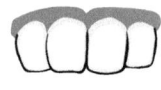

diş
....
eyín

dil
....
ahọ́n

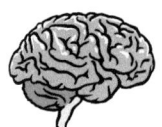

beyin
....
ọpọlọ

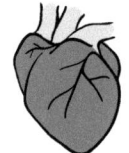

kalp
....
ọkàn

kas
....
iṣan

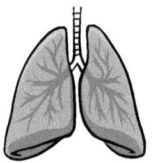

akciğer
....
ìfun

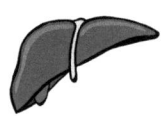

karaciğer
....
ẹ̀dọ̀

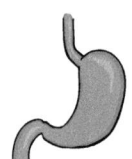

mide
....
ikùn

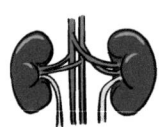

böbrekler
....
kíndìrín

seks
....
ìbálòpọ̀

prezervatif
....
rọ́bà àbò

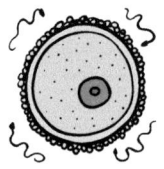

yumurtalık
....
ofumu

sperm
....
àtọ̀

hamilelik
....
oyún

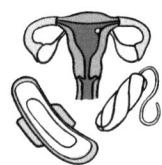

regl

ǹkan oṣù

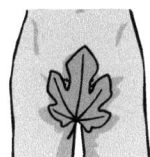

vajina

òbò

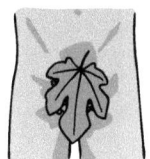

penis

okó

kaş

ìpénpéjú

saç

irun

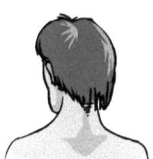

boyun

ọrùn

hastane
ilé ìwòsàn

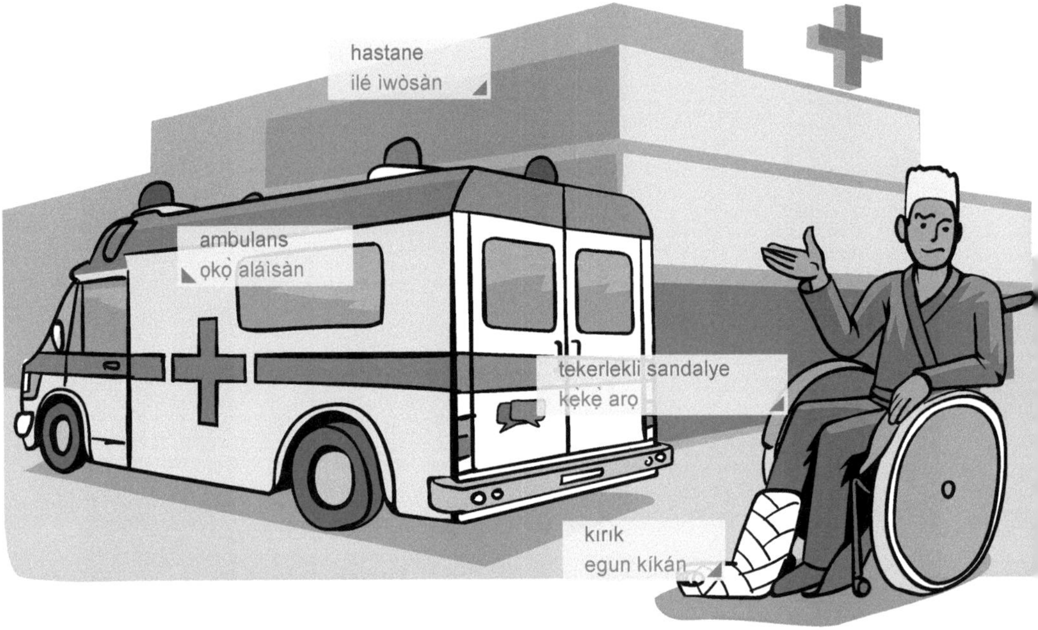

hastane
ilé ìwòsàn
ambulans
ọkọ̀ aláìsàn
tekerlekli sandalye
kẹ̀kẹ́ arọ
kırık
egun kíkán

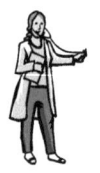

doktor

dókítà

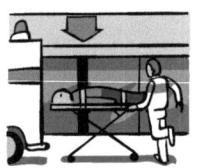

acil servis

yàrá pàjáwìrì

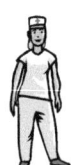

hemşire

nọ́ọ̀sì

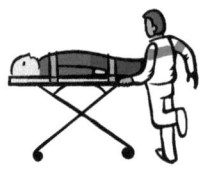

acil

pàjáwìrì

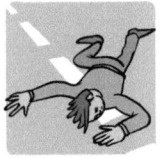

baygın

dákú

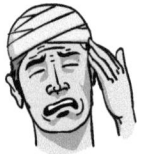

acı

ìrora

yaralanma

egbò

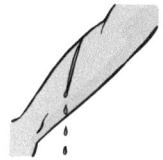

kanama

èjè dídà

kalp krizi

àisàn okàn

felç

ropárosè

alerji

àlébù ògùn

öksürük

ikó

ateş

ibà

grip

òfinkin

ishal

ìgbè gburu

baş ağrısı

èfórí

kanser

jejerè

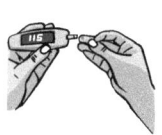

şeker hastalığı

ìtó súgà

cerrah

alábè

neşter

abèfélé

operasyon

işé abe

bilgisayarlı tomografi

CT

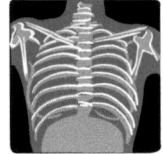

röntgen

x-ray

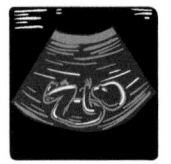

ultrason

ọtirasandi

yüz maskesi

aṣọ ìbòjú

hastalık

àrùn

bekleme odası

yàrá idúró

koltuk değneği

ọ̀pá

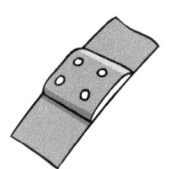

yara bandı

àlẹ̀mọ́

bandaj

aṣọ àfiwé

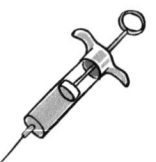

enjeksiyon

abẹ́rẹ́

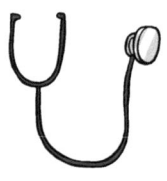

steteskop

àyẹ̀wò ẹ̀émì

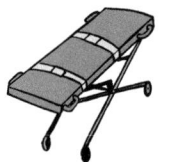

sedye

àtẹ aláìsàn

tıbbi termometre

ẹrọ iwọ̀n oru ilé ìwòsàn

doğum

ìbí

fazla kilo

ìsanrajù

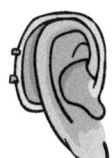

işitme cihazı

ẹ̀rọ àfigbọ́rọ̀

dezenfektan

apa kòkòrò

enfeksiyon

àkóràn

virüs

kòkòrò

HIV / AIDS

Àrùn HIV / AIDS

ilaç

ògùn

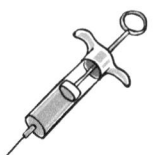

aşı

àjẹsára

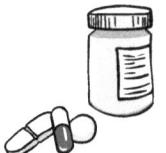

tablet

tabulẹti

hap

ògùn

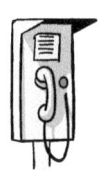

acil çağrı

ìpè pàjáwìrì

tansiyon aleti

atopinpin ẹ̀jẹ̀ ríru

hasta / sağlıklı

àìsàn / lera

İmdat!

İrànlọ́wọ́!

alarm

ìtanijí

darp

ìluni

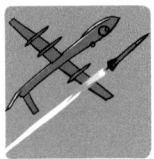

saldırı

ìdójukọ

tehlike

ewu

acil çıkış

ìjáde pàjáwìrì

Yangın!

Iná!

yangın tüpü

panápaná

kaza

ìjàmbá

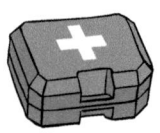

ilk yardım çantası

àpótí ìtọ́jú aláìsàn

imdat

SOS

polis

ọlọ́pàá

Avrupa

Yuropu

Kuzey Amerika

North Amerika

Güney amerika

South Amerika

Afrika

Afirika

Asya

Esia

Avustralya

Ọsirelia

Atlantik

Atlantic

Pasifik

Pacific

Hint Okyanusu

Indian Ocean

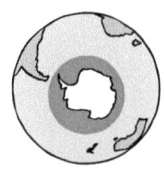

Antarktika Okyanusu

Antarctic Ocean

Arktik Okyanusu

Arctic Ocean

Kuzey Kutbu

Òpó Ìlà Òrùn

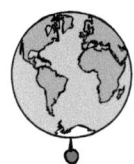

Güney Kutbu

Òpó Ìwọ̀ Òrùn

Antarktika

Antarctica

dünya

Ayé

kara

ilẹ̀

deniz

òkun

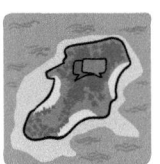

ada

erékùsù

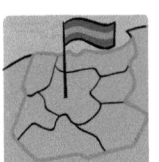

ulus

orílẹ̀-èdè

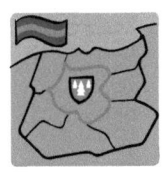

ülke

ìpínlẹ̀

kadran
ojú aago

akrep
owó wákàtí

yelkovan
owó iṣẹ́jú

saniye ibresi
owó iṣẹ́jú àáyá

Saat kaç?
Kinni aago so?

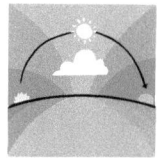

gün
ojó

zaman
àkókò

şimdi
báyií

dijital saat
aago oninọ́mbà

dakika
ìṣẹ́jú

saat
wákàtí

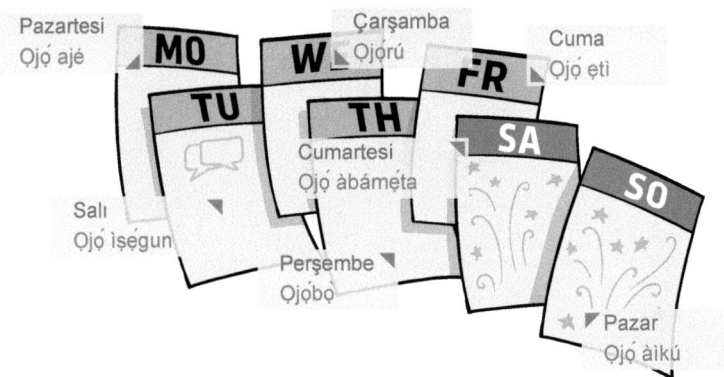

Pazartesi
Ojọ́ ajé

Çarşamba
Ojọ́rú

Cuma
Ojọ́ ẹtì

Salı
Ojọ́ ìsẹ́gun

Cumartesi
Ojọ́ àbámẹ́ta

Perşembe
Ojọ́bọ̀

Pazar
Ojọ́ àìkú

dün

àná

bugün

òní

yarın

ọla

sabah

àárọ̀

öğle

ọsán

akşam

ìrọ̀lẹ́

MO	TU	WE	TH	FR	SA	SU
1	2	3	4	5	6	7
8	9	10	11	12	13	14
15	16	17	18	19	20	21
22	23	24	25	26	27	28
29	30	31	1	2	3	4

iş günleri

àwọn ojọ́ isẹ́

MO	TU	WE	TH	FR	SA	SU
1	2	3	4	5	6	7
8	9	10	11	12	13	14
15	16	17	18	19	20	21
22	23	24	25	26	27	28
29	30	31	1	2	3	4

hafta sonu

ìparí ọsẹ̀

gökkuşağı
ȯṣùmàrè

yağmur
ȯjȯ

kara
yìnyín

rüzgar
afẹfẹ

bahar
ìgbà otútù díẹ̀

sonbahar
ìgbà oru díẹ̀

yaz
ìgbà oru

kış
ìgbà otútù

4.APRIL	11°	☀
5.APRIL	4°	🌧
6.APRIL	13°	☁
7.APRIL	8°	❄
8.APRIL	10°	☀

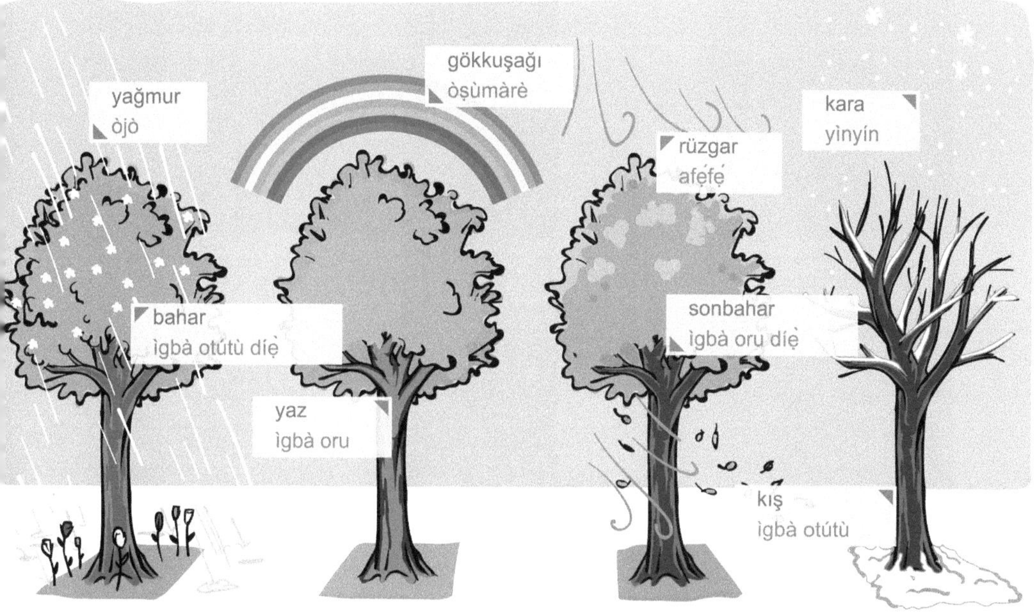

hava durumu tahmini
ìsọtẹ́lẹ̀ ojú-ojọ́

termometre
ẹ̀rọ ìwọ̀n oru

güneş ışığı
itànsán òrùn

bulut
òfurufú

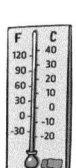

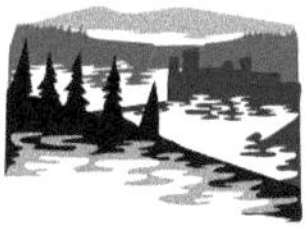

sis
ọpọ̀lọ́

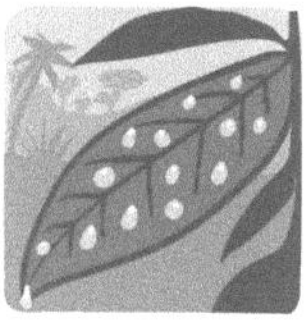

nem
ọ̀gìnniti

şimşek

iná

gök gürültüsü

àrá

fırtına

ìjì

dolu

kùrukùru

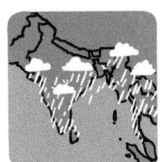

muson

afẹ́fẹ́

sel

àgbàrá

buz

omi dídì

Ocak

Ọṣù kínní

Şubat

Ọṣù kejì

Mart

Ọṣù kẹẹ̀ta

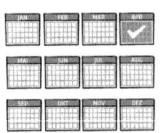

Nisan

Ọṣù kẹẹ́rin

Mayıs

Ọṣù kaàrún

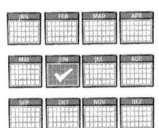

Haziran

Ọṣù kẹfà

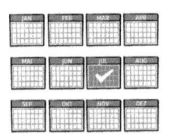

Temmuz

Ọṣù keèje

Ağustos

Oṣù keèjọ

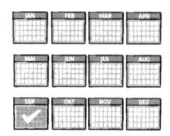

Eylül

Oṣù kẹ̀ẹ́sán

Ekim

Oṣù kẹ̀ẹ́wá

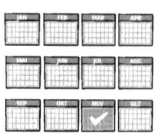

Kasım

Oṣù kọkànlá

Aralık

Oṣù kejìlá

şekiller

àwọn ìrísí

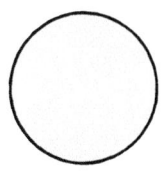

daire

róbótó

kare

onígun mẹ́rin dọ́gba dọ́gba

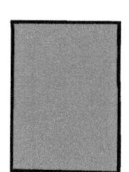

dikdörtgen

onígun mẹ́rin

üçgen

onígun mẹta

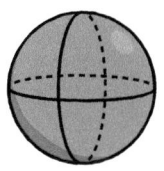

küre

sifia

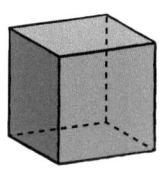

küp

kubu

beyaz

funfun

sarı

yẹlo

turuncu

olómi ọsàn

pembe

pinki

kırmızı

pupa

mor

pọpu

mavi

bulu

yeşil

aláwọ̀ ewé

kahverengi

buranu

gri

rẹ́súrẹ́sú

siyah

dúdú

çok / az

òpọ / níwọnba

kızgın / sakin

bínnú / farabalẹ

güzel / çirkin

rẹwà / òbùrẹwà

başlangıç / son

bìbẹ̀rẹ̀ / òpin

büyük / küçük

ńlá / kékeré

parlak / karanlık

mọlẹ̀ / dúdú

erkek kardeş / kız kardeş

arákùnrin / arábìnrin

temiz / kirli

mímọ́ / dọ̀tí

tamam / eksik

parí / àìparí

gün / gece

ọjọ́ / alẹ́

ölü / canlı

kú / àyè

geniş / dar

fẹ̀ / tínrín

yenilebilir / yenilemez

jíjẹ / àìlèjẹ

kötü / iyi

ibi / dára

heyecanlı / sıkılmış

dunnú / sísú

şişman / zayıf

tóbi / tínrín

ilk / son

àkọ́kọ́ / ìgbẹ̀yìn

dost / düşman

ọ̀rẹ́ / ọ̀tá

dolu / boş

kún / ṣófo

sert / yumuşak

le / rọ̀

ağır / hafif

wúwo / fúyẹ́

açlık / susuzluk

ebi / òhùngbẹ

hasta / sağlıklı

àìsàn / lera

yasa dışı / yasal

tàpá sófin / bá òfin mu

zeki / aptal

ọlọ́gbọ́n / òmùgọ̀

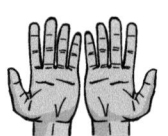

sol / sağ

òsì / ọ̀tún

yakın / uzak

tòsí / jìnnà

yeni / kullanılmış

tuntun / àlòkù

hiçbir şey / bir şey

àisí nkan / nìní nkan

yaşlı / genç

arúgbó / ọdọ

açma / kapama

tàn / kú

açık / kapalı

şí / padé

sessiz / gürültülü

dákẹ / pariwo

zengin / fakir

lọrọ / tòsì

doğru / yanlış

tọnà / àitọnà

pürüzlü / düz

àidán / dán

üzgün / mutlu

banújẹ / dunú

kısa / uzun

kúrú / gùn

yavaş / hızlı

lọra / yára

ıslak / kuru

tutù / gbẹ

sıcak / serin

lọwọrọ / otútù

savaş / barış

ogun / àlàfíà

zıt anlamlılar - òdì

0

sıfır

òdo

1

bir

méní

2

iki

méjì

3

üç

mẹ́ta

4

dört

mẹ́rin

5

beş

márùún

6

altı

mẹ́fà

7

yedi

méje

8

sekiz

mẹ́jọ

9

dokuz

mẹ́sàán

10

on

mẹ́wàá

11

on bir

mọ́kànlá

12	**13**	**14**
on iki	on üç	on dört
méjilá	mẹtàlá	mẹrinlà

15	**16**	**17**
on beş	on altı	on yedi
mẹdogun	marundinlógún	mẹtàdínlógún

18	**19**	**20**
on sekiz	on dokuz	yirmi
méjidínlógún	mọ́kàndínlógún	ogún

100	**1.000**	**1.000.000**
yüz	bin	milyon
ọgọ́rùún	ẹgbẹ̀rún	miliọnu

İngilizce
Gẹẹ́sì

Amerikan İngilizcesi
Gẹẹ́sì Ilẹ̀ Amẹ́ríkà

Çince (Mandarin)
Mandarini Ṣaina

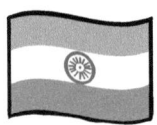

Hintçe
Hindi

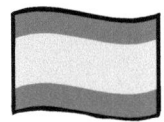

İspanyolca
Sipaniṣi

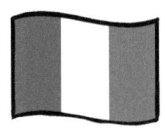

Fransızca
Faransé

Arapça
Lárúbáwá

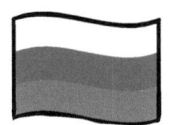

Rusça
Rọ̀ṣia

Portekizce
Pọtugi

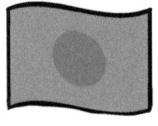

Bengalce
Bẹngali

Almanca
Jamani

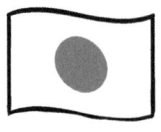

Japonca
Japanisi

ben

Èmi

sen

ìwọ

o

ọkùnrin / obìnrin / nkan

biz

àwa

siz

ìwọ

onlar

àwon

kim?

tani?

ne?

kínni?

nasıl?

báwo?

nerede?

níbo?

ne zaman?

nígbà wo?

isim

orúkọ

arkasında
....
lẹ́yìn

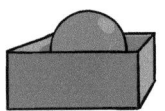

içinde
....
inú

önünde
....
níwájú

üzerinde
....
lókè

üstünde
....
lórí

altında
....
lábẹ́

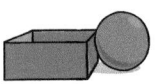

yanında
....
lẹ́gbẹ́ẹ́

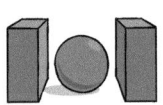

arasında
....
láàrín

yer
....
ibi